Pride, Prejudice and Malice

When Prejudice and Hurt Pride Pave the Way for Malice

A. K. Tolentino

Ukiyoto Publishing

All global publishing rights are held by

Ukiyoto Publishing

Published in 2022

Content Copyright © A. K. Tolentino

ISBN 9789360169794

*All rights reserved.
No part of this publication may be reproduced, transmitted, or stored in a retrieval system, in any form by any means, electronic, mechanical, photocopying, recording or otherwise, without the prior permission of the publisher.*

The moral rights of the authors have been asserted.

This is a work of fiction. Names, characters, businesses, places, events, locales, and incidents are either the products of the author's imagination or used in a fictitious manner. Any resemblance to actual persons, living or dead, or actual events is purely coincidental.

This book is sold subject to the condition that it shall not by way of trade or otherwise, be lent, resold, hired out or otherwise circulated, without the publisher's prior consent, in any form of binding or cover other than that in which it is published.

Dedication

For Dad, Mom, my sister, Kara, and my cat, Tiger Lily.

I love you all equally.

Acknowledgement

First and foremost, I would like to thank my parents and my sister for their patience and for all the love and support they have given me.

I would like to extend my sincere gratitude to the editors of Plural Prose Journal. Way back in 2014, I sent them an early version of this story. I received a rejection letter with some valuable feedback.

I would like to express my utmost appreciation and thanks to David T. Ong, former Acquisitions Editor of Flipside Publishing, for his indispensable advice and encouragement.

A special shout out to the story's beta readers: Vincent Corneby, Jarisha Peñano, Luanne Mario, Ate Me-ann Raval, and Ms. Jen. Thank you for giving me a portion of your time.

Finally, my deepest thanks to everyone on the Ukiyoto publishing team.

Si Yzabelle Evangelista ay maganda, mayaman, at matalino. Bukod sa mapupungay niyang mga mata agaw-pansin din ang makinis at mala-labanos niyang kutis, pati na ang a la model niyang tangkad at tindig. Kumpara sa ilong kong mala-burol, ang ilong niya ay kasing perpekto ng Mayon.

Nasa kanya na yata lahat ng pinapangarap kong pisikal na katangian. Pero menos puntos ang tila malungkot at blangko niyang tingin, pati na ang malamig niyang ere. Nangibabaw ang kawalan niya ng interes sa mga nakapaligid sa kanya, na animo walang halaga ang mga taong hindi niya kapantay sa estado at ganda. Dahil doon nabansagan siyang matapobre. Bukod sa ka-apelyido ay kahawig at kasing payat din niya ang artistang socialite na si Heart Evangelista. Kaya ang sabi-sabi magkamag-anak ang dalawa. Hindi naman niya tinanggi, kasi wala namang naglakas-loob na magtanong sa kanya.

Huli na nang mamulat kami sa katotohanan. Pero sana lang maintindihan n'yo kami kahit na kaunti.

Pinangalan ako sa paboritong artista ng nanay ko, pero pagdating ng limang taon kinailangan itong baguhin. Nang kinuha ng magulang ko ang birth certificate ko para makapag-enrol ako nalaman nila na hindi Dina ang nakatala sa munisipyo. Umiwas na lang sila sa abala at sinunod kung ano ang naka-rehistro. Diane Enriquez na ako simula noon.

Seaman ang tatay kaya sobra para sa amin ang buwanang sahod niya. Kaya nga lang nagkaro'n ng aksidente sa sinasakyan niyang barko at maliit lang ang bilang ng mga nakaligtas. Sayang dahil nakasama ang tatay ko sa listahan ng mga nasawi. Simula noon ang nanay ko na ang nagtaguyod sa maliit naming pamilya.

Hindi nakatapos ng hayskul ang nanay ko. Para kumita ng sapat para sa akin at sa lolo ko, madaling-araw siya gumigising at nagbabalat, naggagadgad, at naghahalo para makagawa ng mga kakanin, suman, at ube. Bago mag-ingay ang kampana nakapuwesto na ang nanay ko sa labas ng simbahan; naghihintay sa mga suki niya at nag-aabang sa mga bibili. Bago pumatak ang alas-nuwebe, pinapalitan siya ng lolo ko sa puwesto at dumederetso ang nanay ko sa patahian. Kasama siya sa livelihood program ng isang NGO para sa mga maybahay. Nananahi sila ng mga bag at placemat gawa sa mga gamit nang tetra pak at tarpolin. Pandagdag kita, tumatanggap din siya ng labada kada Linggo.

Masayang-masaya ang nanay nang tumungtong ako ng kolehiyo. Mas nanabik pa siya kaysa sa 'kin nang matanggap ko ang sulat mula sa Subic State College. Gusto ko sana mag-working student para makatulong sa mga gastusin sa eskwelahan, pero hindi pumayag ang nanay. Siya na raw ang bahala kaya sa pag-aaral ko na lang daw ibuhos lahat ng oras ko.

Pagpasok ng first semester ng 2009, nagkita-kita muli kaming magkakaklase. Lahat kami hindi maikubli ang tuwa dahil isang taon na lang at seniors na kami. Para sa amin kasi dalawang bagay lang ang tungo sa pag-asenso. At 'yon ay diploma at manalo sa lotto.

Kabilang ako sa Block 2 kasama ng mga kaibigan ko na sina Susie, ang kambal, sina Nerisa at Teresa, Camille, at ang dadalawang lalake sa aming grupo, sina Gen at Tupe.

Noong una akala ko hindi kami magkakasundo ni Susie. Kasi masyadong agresibo ang personality niya. Hindi ko masabing mabait si Susie, pero ang gusto ko sa kanya, kapag nakita niyang mali siya, marunong umamin at humingi ng paumanhin.

Si Camille naman ka-team mate ni Susie sa volleyball varsity, at kasama ko sa Glee Club. "All-around" ang bansag sa kanya. Pa'no bukod sa volleyball at Glee Club miyembro rin siya ng basketball team, nagsusulat para sa Batingaw, ang peryodiko ng kolehiyo, at Dean's lister pa. Competitive si Camille at tulad ni Susie may pagka-Amasona rin. Magkapareho sila ni Tupe na Point Guard sa basketball. Mahigit isang taon nang "sila" ni Camille. Ang nakakatawa sa dalawang 'yon, hindi pa sila kasal halata na kung sino ang may suot ng pantalon.

Si Tupe, maingay, makulit, at medyo mayabang. Sobrang kabaliktaran ni Gen. Sa totoo lang 'yon ang gusto ko kay Gen, eh. Hindi siya papansin tulad ni Tupe. At kapag may narinig na tsismis, hindi na niya pinamamalita pa sa iba. Hindi tulad ni Tupe, na kalalaking tao astang puwet ng manok ang bibig. Ipot dito, ipot don. Ang *hilig* pang manggatong!

Si Gen, masipag mag-aral, tahimik na tila ba parating okupado ang isip. Naging treasurer siya sa student council noong isang taon at nanalong vice-president para sa taong 'to. Hindi malayo na tumakbo siya na president sa susunod na eleksyon. Ang biruan ay pinaninindigan niya yata ang pangalan niyang hango sa bayaning heneral, Gregorio del Pilar Jr. Nakilala siya sa palayaw na Gen dahil dalawa silang Greg sa klase, at ayaw niyang matawag na Goryo dahil 'yon ang palayaw ng tatay niya. Kasama siya nina Camille at ng kambal sa Batingaw. Siya ang naghikayat sa magkapatid na ipasa ang gawa nilang nakakaaliw na komiks.

Si Nerisa ang mahilig mag-drowing, si Teresa naman ang tiga-gawa ng kuwento at katatawanan. Si Nerisa ang tahimik at mas mahiyain sa dalawa; si Teresa ang maingay at madaldal. At kung sa'n nandoon ang isa, siguradong nando'n din ang kakambal niya.

Sa aming pito sina Camille, Tupe, at Gen ang nakaluluwag sa buhay. May puwesto sa palengke ang magulang ni Camille at napagtapos na ang dalawa niyang nakatatandang kapatid. Si Tupe, kaisa-isang anak ng dating OFW na naging barangay chairman ng kanilang lugar. Si Gen naman, lumaki sa angkan ng mga guro. Magkakaiba man kami ng estado sa buhay, pare-pareho kaming ang hangad ay makatapos sa kolehiyo. Lahat naman ng tao 'yon ang pangarap, hindi ba?

Pagpasok ng ikatlong linggo ng first semester nagulat ang lahat nang may bagong estudyanteng dumating. Isang chinitang amoy pera. Isang tingin lang sa gasiko niyang buhok halatang suki siya ng hair salon. Sa kintab at galaw ng tuwid niyang buhok mukang malaki ang ginagastos niya sa pag-aalaga nito. Malamang mas malaki pa kaysa sa buwanang kita ng nanay ko.

Dumeretso ang bagong estudyante sa likuran at tahimik na naupo hanggang dumating si Ms. Santos.

"Halika," sabi ni Ms. Santos nang nakangiti sa kanya, "magpakilala ka sa klase."

Napansin namin na walang bakas ng alinlangan o hiya. Pagkasabi ni Ms. Santos, tumayo agad siya at pumunta sa harapan na para bang walang pakialam. O tulad ng sabi ni Nerisa baka masunurin lang.

"Wow, confident," sabi ni Susie.

Nang umagang 'yon nalaman namin na Evangelista pala siya. Kumbaga 'pag sinabing Gordon sa Olongapo, angkan ng mga politiko ang papasok sa isipan, at pag sinabing Lopez sa Manila, estasyon ng telebisyon agad ang maiisip. Angkan ng mga negosyante ang kabalikat ng apilyidong Evangelista sa Subic. Sila ang may-ari ng Kargo Express, pati na ng sikat at eksklusibong Subic Villas. Ang huling balita sa kanila may mga high-rise na sila sa Manila at Cebu.

Derederetso siya ng kwento. Natigilan lang nang tanungin ni Ms. Santos kung bakit siya lumipat sa SSC. Nagkaproblema daw siya sa Manila kaya pinalipat ng ama sa Subic. Hindi na niya kinuwento kung ano iyon at napako na ang tingin sa sahig.

Matapos ang tatlong sunod-sunod na subjects, sumabay ang nakabibinging ingay ng bell sa pag-korokok ng tiyan ko. Unti-unti kaming naglabasan habang si Yza ay naiwan. Mukhang may hinabol na mga katanungan sa prof. Kasabay ko na lumabas ang mga kaibigan ko para mananghali. Habang nakapila kami sa kantina, kitang-kita sa bintana ang pagdaan ni Yza. Ilang sandali lang at dumaan siya uli kasama ang isang aleng nakaputi at may bitbit na picnic basket at asul na payong. Yaya niya, walang duda. Pumuwesto sila sa isa sa mga lamesa sa labas ng kantina, banda sa mga puno ng ylang-ylang at bougainvillea.

"Ba't kaya siya napunta sa probinsya?" sabi ni Susie. "Kung ako 'yon at nasa Maynila na 'ko, hindi ako lilipat ng probinsya!" sabi niya habang pailing-iling.

"Sobra ka!" sabi ni Teresa. "Hindi mo ba alam, 'Ang hindi marunong lumingon sa pinanggalingan ay masahol pa sa malansang isda!' "

"Teka, tama ba 'yon?" sabi Nerisa.

"Ang sabi ni Rizal," sagot ni Gen, " 'Ang hindi magmahal sa sariling wika ay masahol pa sa hayop at malansang isda.' "

"Alam ko 'yong una," sabi ni Camille. " 'Ang hindi marunong lumingon sa pinanggalingan ay hindi makakarating sa paroroonan.' "

"Bwahaha!" sigaw ni Susie. "Mangangaral ka na lang, mali pa!" Nagtawanan kami lahat maliban kay Teresa.

"Hahaha," sabi ni Teresa. "Tama pa rin ako."

Makalipas ang ilang linggo mula nang dumating si Yza, hindi pa rin namin siya kilala. Minsan habang kumakain ng tanghalian narinig namin ang yaya niya. "Gusto mo bang yayain ko sila kumain kasama natin?"

"Yaya, 'wag na," sabi ni Yza.

May binulong ang matanda na sinagot ni Yza ng yugyog ng balikat habang nakatingin sa kinakain niya. Nagkatinginan kami ni Susie at bumulong si Camille, "Ang tanda na niya, bakit ba may yaya pa?"

"Eh, afford niya naman, bakit hinde?" sabi ni Tupe.

"'Sus," sabi Camille.

Hindi masyado nakikihalubilo si Yza. Ngumingiti rin naman at nakikipag-small talk, pero dumidistansya. Sabagay, kung mayro'n din kami ng mga gamit niya baka hindi na rin namin kailangan ng kausap. Bukod sa mamahalin niyang cellphone, mayro'n din siyang dinadalang Macbook at iPod. Kung hindi siya nagkakalikot ng gadgets niya, abala siyang nagsusulat sa sketch pad na bitbit niya kahit saan. Duda namin diary, pero dino-drowingan niya ng kung anu-ano at kinukulayan pa na parang bata. Bagamat tahimik, 'pag nagsalita na siya sa klase, mayro'n namang saysay ang sinasabi. Medyo nalito tuloy kami kasi ang hula namin baka kaya siya lumipat ay dahil mahina ang ulo. Naging katunggali tuloy siya nina Susie at Camille sa class standing. Ako, kung nakasama sa Dean's list, kahit pang huli pa puwede na.

Hindi ko makakalimutan 'yong araw na may nangyari sa klase ni Ms. Santos. Biglang nag-iba ang tingin ng lahat kay Yza. Oras ng siesta no'n at katirikan ng mainit na araw kaya pumalakpak si Ms. Santos at dumagundong ang boses niya. "Okay, okay, last row, your turn."

Paboritong guro ng lahat si Ms. Santos kasi parati siyang nakakaisip ng mga masasayang gawain para mabuhay ang klase. Kapag mukang maghihilik na kami sa tinuturo niya, isa lang sa mga napili niyang tongue twisters buhay na kami.

Tumayo sina Gen, Yza, at dalawa pa naming kaklase na sina Albie, na kilala dati na Alberto, at Nenita. Pumalit sila sa mga nakaupo sa unahan na pinalipat ni Ma'am sa likuran. Lahat sila ay dumukot ng isang nakatuping papel sa loob ng mumunting kahon ni Ms. Santos. May numero ang bawat papel kapag nabuklat ito.

"Ay, Ma'am, ayoko mauna!"

"Albie, kaya nga me bunutan, 'di ba. Hindi naman mahirap, pampagising lang 'to."

"Tsk. Sige, Ma'am, ako na mauna," sabi ni Gen.

Si Gen pa, ayaw niyang nasasayang ang oras.

"Arte mo!" sigaw ni Susie.

"He!" sagot ni Albie na nakapamewang at may kakabit na irap.

Inabot ni Ms. Santos kay Gen ang folder ng tongue twisters at siya'y nagsimula,

"Peter Piper picked a peck of pickled peppers.

Did Peter Piper pick a peck of pickled peppers?

If Peter Piper Picked a peck of pickled peppers,

Where's the peck of pickled peppers Peter Piper picked?"

Sa pangalawang pagbigkas ni Gen sumunod siya sa pagtuktok ni Ms. Santos ng bolpen sa lamesa. Sobrang seryoso si Gen kahit na ilang beses siyang nagkamali, kaya inulan ng hiyaw at kantiyaw mula sa aming lahat. Sa ikatlong pagbigkas, kahit siya'y natawa na rin sa sarili nya. Sumunod sa kanya si Albie na 'di matigil ang katitili at kahihiyaw sa bawat pagkakamali. Kapag si Albie na ang nasa harapan hindi puwedeng hindi sumakit ang tiyan ko sa katatawa.

Pagkatapos niya tinawag ni Ms. Santos ang pangalan ni Yza. Walang patumpik-tumpik na tumayo si Yza at pumuwesto sa harapan. Hindi rin siya umangal nang pinalipat ni Ms. Santos ang pahina.

"Betty Botter had some butter,

"But," she said, "this butter's bitter.

If I bake this bitter butter,

It would make my batter bitter.

But a bit of better butter,

That would make my batter better."

So, she bought a bit of butter –

Better than her bitter butter –

And she baked it in her batter;

And the batter was not bitter.

So 'twas better Betty Botter

Bought a bit of better butter."

Tulad ng mga nauna sa kanya, sa sumunod na pagbigkas sinundan niya ang tiyempo ng paghataw ni Ms. Santos. Bumilis, bumagal, bumilis. Naaliw kaming lahat. Medyo pigil pa kami na tumawa dahil nangangapa pa sa kanya. Noon ko lang nakita na nabuhay ang mga mata niya. Nang matapos si Yza, tumayo si Nenita na kitang-kita sa mukha na abot-langit ang kaba.

"Go, Nenita!" sabi ni Nerisa.

Ngumiti siya sabay nagbuntong-hininga.

"Kaya mo 'yan," sabi naming lahat.

"Saglit lang 'yan!" sigaw ng mga nasa likod.

"Bitty…," sabi niya sabay lunok. "Bitty Bohtter hud some buhtter,

But, she sid, dis buhtter…buhtter's beetter.

Ef I bihke dis beetter buhtter

Eht would mehk my bahtter beetter."

Lubos na nahirapan si Nenita. Sa tingin ko dahil lang 'yon sa takot na mapagtawanan. Nung simula kasi na makailang beses siyang mag tongue twister sa harapan hindi namin napigilan matawa sa punto niya. Bago tumuktok si Ms. Santos ang tahimik na Yza ay nagsimulang humagikgik. Pigil ang pagtawa niya at walang tunog. Pero dahil nakaupo siya sa first row kitang-kita ng lahat ang pagyugyog ng balikat niya.

Isang araw makalipas ang insidente nakalipad na sa buong kolehiyo ang nangyari. Kaya sa pagdaan ni Yza sa hallway o pagpasok sa library, maging sa c.r., mga kunot na noo at nagbabagang tingin ang nakasalubong sa kanya. Sinundan din siya ng mga bulungan kapag nakita na siya.

"Eh, kasi hindi naman talaga maganda yung ginawa niya, eh," sabi ko habang nagkumpul-kumpulan kami sa labas ng kantina.

"Hindi ba ganun din ang reaksyon natin nung una nating narinig si Nenita mag-tongue twister?" sabi ni Gen.

"'Wag mo ngang pinagtatanggol 'yon," sabi ni Susie. "Pinigilan ko na lang magsalita no'n at baka lalong mapahiya si Nenita. Pero subukan niya uli at makakatikim sa akin 'yon."

"Uy, 'wag naman kayung ganiyan!" sabi ni Nenita paglabas ng kantina kabuntot ang boyfriend niya. "Nagpapasalamat naman aku't me malasakit kayu sakin piro hindi naman niya sinadya na makasakit."

"Sinabi niya 'yon?"

Tumango si Nenita. "Nag-surry siya bago umuwi."

"Psss…" sabi Camille.

"Limut niyu na ba?" sabi ni Nenita, "Kayu rin nuung una nagtawa sa 'kin, 'di ba?"

Natahimik ang lahat. Tama naman siya e. Nang hapon na 'yon lumipad uli ang balita. Kaso hindi kasing bilis ang pagkalat ng balitang humingi na si Yza ng paumanhin. Siguro kung binigyan niya ng kotse si Nenita kasama ng sorry, walang isang oras, nakarating na sa lahat.

Matapos no'n akala ko babalik na sa dati, pero may ilalala pa pala.

Abala kami ni Camille sa Glee Club nang may nangyaring gulo sa library. Pagdating namin sa tambayan, sina Gen at ang kambal lang ang nandoon. Sina Susie at Tupe, pati si Yza, nasa office raw ng dean. Kinulit namin ang tatlo pero tikom pare-pareho. Antayin na lang daw namin magkuwento yung dalawa pagbalik. Nagtanong si Camille sa ibang kaklase kaya nalaman namin na nagwala si Susie sa library. Inutusan daw niya si Tupe na yayain si Yza sa lamesa nila. Dahil nakapila at nakatalikod si Yza, at bawal ang ingay sa loob ng library kaya hinila ni Tupe ang braso niya. Nagulat daw ang lahat nang sumigaw si Yza, "Don't touch me!"

Napatingin ako kay Camille. Nakita kong naglaho ang pagtataka niya at napalitan ng galit, at napuno ng luha ang bilugan niyang mga mata. Bumalik kami sa tambayan pero makailang minuto lang dumating din ang dalawa. Binawalan daw silang magsalita ng dean para hindi na lumaki pa.

"Ano bang akala niya?" sabi ni Susie. "Matapobre."

Hindi pa nakalapit si Tupe nang sinalubong ng naninilaw at nagngingitngit na Camille.

"Anong bang ginawa mo?"

"Wala 'kong ginawa sa kanya, ha."

Sa sandaling 'yon pumagitna na si Gen dahil nagsimula nang hatawin ni Camille ang likod ni Tupe. Nagkaayos din naman ang dalawa. Matapos maubos ang pitong tigpipisong chichirya, isang basong gulaman, at isang pirasong Chocnut, lumamig din ang ulo ni Susie.

Bagamat napagod ang makakating dilang gutom sa pansin, at nagsawa din ang mga tengang sabik sa mga kuwento ng muta ng iba, nanatiling kumukulo ang dugo ng tatlo kay Yza. Lalong pinangilagan si Yza at pinagtsismisan simula noon. Ultimo pag-uusap nila ng yaya niya o personal na usapin sa cellphone ay pinagpistahan ng mga dilang mapaghiganti at ng mga tengang mapanghusga.

Nang linggong iyon nasalanta kaming lahat. Pero sinuwerte pa rin kami nang dumaan ang bagyong Ondoy dahil hindi nanganib ang buhay namin. Kaya lang nilamon ng bahang dulot nito ang iilang importanteng laman ng bahay namin. Lumubog ang mga kutson, ang koleksyong diyaryo't magazine ng lolo, at ang sapatos at uniporme ko. Hindi rin nakaligtas ang TV sa tindahan ni Aling Kuling kung sa'n nakikinood ang nanay. Buti na lang maraming dumamay at nagdoneyt ng bigas, de lata, at mga damit. Ang eskwelahan namahagi ng mga uniporme, sapatos, notebook at iba pang mga kagamitan.

Nang humupa ang baha, gayon din ang tulong na natanggap namin. Marami sa amin ang nanatiling hirap ang kalooban pati na ang bulsa. May ilang wala nang mabalikang trabaho. Maraming mga pananim na nasira at mga produktong nabulok na naging sanhi ng pagkalugi o pagkalubog sa utang. Mayroong mga dinapuan ng sakit at hindi nagtagal ay namatay.

Nang makabalik kami sa eskuwela lahat ay may kanya-kanyang kuwento maging si Ms. Santos.

Nakatira pala siya malapit sa SSC. Mabuti at ang nirerentahan niyang kuwarto ay nasa ikalawang palapag ng bahay kaya walang nasira sa mga gamit niya.

"Kayo, Yza, inabot kayo ng baha?"

"Hindi po. Nung hapon at hindi pa tumitigil ang ulan, tinawag po namin sa daddy ko. Sabi ng secretary niya sa mga ideal locations lang daw nagtatayo ang Evangelista Realty Holdings so we didn't have to worry."

Lahat halos ay minasama ang sinabi niya. Isa ako sa iilang hindi kinapitan poot, pero nainggit ako sa kanya. Sa totoo, kahit ngayon. Sa nagawa namin, hustisya lang ang nararapat.

Si Susie ang nagplano ng lahat. Isang araw bago niya sabihin sa amin, napansin kong ang parating maingay na Susie ay halos walang kibo at malayo ang tingin. Walang naglakas-loob na magbiro o kaya magtanong kasi kanya-kanya kami ng problema. Pagdaan ng Ondoy nagkasakit ang lolo ko. Natuloy sa pulmonya ang simpleng sipon at ubong nakuha niya sa evacuation center. Natakot ako para kay lolo dahil mahina na ang baga niya. Tumigil lang naman siyang manigarilyo nung namatay ang lola. Hindi nagkukuwento ang nanay ko pero alam kong wala kaming pambayad sa ospital. Ilang beses na ring sumagi sa isip ko na mag-drop ng ilang subjects para makahanap ng part-time job.

Noong hapong 'yon, aaga sana ako ng uwi, pero nagtawag ng meeting si Susie. Nagkita-kita kami sa gilid ng basketball court. Sina Susie at ang kambal nando'n na pagdating ko. Sina Gen at Camille nasa meeting daw ng Batingaw. Si Tupe hindi nakasama dahil nag-eensayo sila ng team niya. Nakuha pang kumaway nang kantiyawan naming apat.

"Tumakas kayo sa Batingaw, 'no?" sabi ko sa kambal.

Doon sinalaysay ni Susie ang mga plano niya. Araw-araw daw na hatid-sundo si Yza puwera sa unang Huwebes ng buwan. Hindi niya alam kung bakit, pero mag-isa siya umuuwi. Bukod daw sa hi-tech na gamit, may branded na relo, gintong kuwintas, hikaw, at singsing din si Yza. May kausap na raw siyang buyer. Kapag nabenta ang mga iyon kahit hatiin sa aming lahat malaki pa rin ang makukuha ng bawat isa. Akala ko nagbibiro lang si Susie, pero habang nagsasalita siya ang mga mata niya'y seryoso at nangungumbinsi. Nagkatinginan kami nina Nerisa at Teresa.

Naging parang tagpo sa sine na tila ba bumagal ang oras kasabay ng pagbagal ng paghinga ko. Umalingawngaw ang boses ng mga manlalarong nag-eensayo at ng sunod-sunod na paghampas ng bola; nangibabaw ang animo pag-iyak ng mga gomang sapatos sa pagkiskis ng mga ito sa malamig na semento.

"Huy! Ano ba?" sigaw ni Susie.

Sinabi ko na lang na may sakit pa ang lolo ko at kailangan may kasama sa ospital. Sa isip ko, sana panandaliang kahibangan lang ang dumapo kay Susie.

"Makinig kayo. Lahat tayo may problema sa pera puwera ang heredera. Alam niyo ba no'ng nakaraang linggo, paakyat ako sa hagdanan nang mahulog sa may paanan ko ang Blackberry ni Yza. Nakita kong nag-krak ang harapan, pa'no, nahulog mula sa tuktok ng hagdan. Aba, pagdating ng Lunes meron uli siyang cellphone—hindi bagong casing—bagong cellphone na gano'n na gano'n."

"Susie—"

"Mag-isip kayo."

Halos mapaso ako ng nagbabagang mga mata ni Susie.

"May pambayad na ba kayo sa ospital? Wala na bang kailangan na gamot ang lolo mo? 'Wag mong sabihin hihinto ka para tumulong sa nanay mo. Kayo Nerisa, 'yong nasirang pananim n'yo sa bukid, hindi ba inutang 'yon ng tatay n'yo? Paano siya makakabayad? Uutang siya uli? Kanino, sa five-six? Baka isa sa inyo, o pareho kayong pahintuin muna. Alam n'yo naman siguro kung ano'ng nangyari kay Ate Amy."

Narinig kong bumuntong-hininga ang dalawa.

"'Pag nawala ang gamit niya kinabukasan may kapalit na. Kulangot lang 'yon sa kanya. Walang kwenta."

"Alam ni Camille?" sabi ni Teresa.

"Oo naman. Plantsado na namin. Pero hindi kasama si Gen. Walang magsasabi kay Gen, ha."

"Bakit?"

"Ano ba, Diane, parang hindi mo kilala 'yon. Masyadong mataas ihi no'n, feeling malinis. Sa tingin mo hahayaan niya tayong gawin 'yon? 'Wag ka nang umasa na sasama 'yon sa atin"

"Teka muna, hindi pa 'ko nag oo, ha."

"Sige. Hayaan mong mamatay ang nanay mo kahahanap ng pambayad. Buti na lang hindi ikaw ang nakahiga sa ospital, ano?"

Wala akong naibato kundi matalim na tingin. Grabe talaga ang bibig ni Susie.

"'Wag na 'wag kang magbabanggit kay Gen," sabi niya pagtayo ko. "Tandaan mo, hindi niya maiintindihan ang pinagdadaanan natin dahil hindi pa niya naranasang magutom. Hindi tambay at lasenggo ang tatay niya, kaya hindi pa niya nasubukang umutang sa lahat ng tindahan may mapakain lang sa mga kapatid niya."

Naramdaman kong uminit ang ulo ko at kumalat hanggang paa. Natural alam ko kung anong nangyari kay Ate Amy. First year kami noon at third year naman siya. Sikat si Ate Amy sa buong campus dahil sa kali-kaliwang parangal na natanggap niya mula sa mga patimpalak na sinalihan niya. Patapos na ang second sem nang nagkaro'n ng malakas na lindol.

Namatay ang tatay niya at nalumpo ang nanay niya nang mabagsakan ng gumuhong kisame. Puwede pa sana makalakad ang nanay niya kung may pera sila pang therapy. Dahil na rin may tatlo pa siyang kapatid, minabuti niyang huminto muna sa pag-aaral. Mag-iipon daw muna siya at babalik din sa kolehiyo. Ang huling balita namin nag-asawa na siya at may isang anak na.

"Magtatapos ako," sabi ko. "Kailangan makatapos ako."

Pumunta muna ako sa palengke at binilhan ko ang lolo ng dinengdeng.

"Ay, salamat naman at naalala mo. Ang tipid-tipid nila sa gulay dito! Kaya parati akong nanghihina, eh. May karne nga, kulang naman sa gulay. Aba'y paano ako lalakas niyan!"

Natawa ako sa sinabi ng lolo ko. Ilokano talaga.

"Dinala mo ba yung diyaryo ko? Basahan mo nga ako dali."

"Ay, Lo, inisa-isa ko yung mga diyaryo at magazine talagang tagusan ang putik. Sabi ni Nanay ibenta na lang daw lahat 'yon."

"Bakit naman?"

"Eh, Lolo, hindi na mababasa 'yon—"

"Basta hinde! Koleksyon namin ng lola mo 'yon. Nagsisimula pa lang si Nora Aunor nang simulang ipunin 'yon ng lola mo. Paano pa 'ko gaganahang mabuhay niyan?"

"'Di bale, Lolo, may internet naman. Hahanapan ko kayo ng lumang balita tungkol sa kanya."

Nang dumating ang nanay pabulong kong tinanong kung paano ang bayad sa ospital. Ang sabi niya nakahingi na raw siya ng tulong sa tanggapan ng mayor. Kaya lang nahiya na raw siyang banggitin pa ang mga gamot. Hindi ko alam kung ano'ng nakita ng nanay ko sa mukha ko dahil tinapik niya ako sa braso at ngumiti. "'Wag mo nang isipin 'yon. Ako na bahala."

Kinabukasan, dinaanan ko muna ang lolo sa ospital kaya naleyt ako sa pagpasok. Paglapit ko sa geyt ng eskwelahan nakita ko si Gen na nakatayo malapit sa guard. Inantay niya 'ko dahil kakaiba ang kinikilos nina Susie at Tupe sa kanya. Ilang beses niya raw inabutan na naguusap ang dalawa at parating tinitigil ang usapan. Nung mga sumunod na araw pati na rin si Camille.

"Baka napa-paranoid lang ako, pero Diane, kung may binabalak ang mga 'yon, huwag kang sasali. Baka mapahamak ka niyan."

Tumango lang ako. Alam kong hindi hahayaan ni Gen ang mga plinano nila Susie. Gusto ko na sana ikuwento kay Gen. Kaya lang 'pag nabulilyaso ang mga plano nila magagalit sila sa 'kin. Sigurado ako doon.

Pagdating namin sa klase nagtatalakay na ang prof. Hinanda ko ang sarili ko sa puwedeng sabihin ni Susie pero dumistansya siya at ni hindi lumingon sa akin. Bago matapos ang klase nag-decide ako na sabihin lahat kay Gen.

Pagkatapos ng tanghalian hindi ko napansin na umalis si Gen. Hinanap ko siya at baka kausapin ako ni Susie. Sinilip ko ang kantina pero wala do'n. Inikot ko ang buong tambayan pero hindi ko siya nakita. Napasulyap ako sa parking space na katabi ng tambayan. Nandoon si Gen sa may itim na SUV at katabi niya si Yza. Inabot ni Gen ang hawak niyang basket sa yaya ni Yza. Napahinga ako ng malalim. Kumaway silang dalawa sa paalis na SUV kaya napalunok ako. Noon ko lang napansin na magkaibigan pala sila. Sabay na bumalik sina Gen at Yza pero kumanan sila sa likod ng kantina. Nawala na sila sa paningin ko pero narinig ko nang magtawanan ang dalawa. Lumabas tuloy ang lahat ng hangin sa baga ko.

"Wow, new friend ni Gen?"

Paglingon ko nandoon si Susie.

"Bakit naman hindi? Anong malay natin, friend ngayon tapos girlfriend sa makalawa."

Nang hapon na iyon sinabi ko kay Susie na sasama ako sa lakad nila. Ngumiti siya at niyakap ako. "Humanda ka na," sabi niya, "Huwebes na bukas."

Pagdating ng Huwebes, dumaan ang araw gaya ng dati. Walang nagkuwentuhan tungkol sa mangyayari. Buong araw parang namanhid ako. Pagkatapos ng klase, isa-isa kaming nag-alisan. Inunahan namin makaalis si Yza at nagkita-kita ang lahat sa oras at lugar na napagkasunduan. Tatlong kanto mula sa Subic Villas, may bakanteng lote na mapuno at maraming halaman. Doon kami nag-abang at nagtago sa likod ng mga puno. Maya-maya pa may narinig kami na parating. Si Yza naglalakad mag-isa. Lahat kami may suot na maskarang plastik. Pare-pareho kaming si Buttercup ng Powerpuff Girls ang itsura. Pa'no sobra lang naman ang mga 'yon noong nagbirthday ang pamangkin ni Camille. Nagreklamo pa si Teresa dahil ang gusto daw niya si Blossom.

Pagdaan ni Yza sa puno ng mangga hinila siya ni Susie sa buhok at kinabig ni Tupe ang mga braso niya mula sa likod. Pinasakan siya sa bibig ng binolang panyo ni Camille at nilagyan ng masking tape ang mga mata niya. Ang naatasang trabaho sa amin ng kambal ay ang pagkuha ng mga gamit niya. Dinampot ni Teresa ang bag ni Yza na nahulog sa damuhan at pinasok ito sa loob ng sako. Tinanggal namin ni Nerisa ang relo, kwintas, hikaw, at singsing. Ang plano kapag nakuha na ang mga gamit alis na kaagad. Mas mabilis, mas maige.

Nilagay namin sa supot ang mga alahas at binigay ko kay Teresa. Siniksik niya ang supot sa loob ng bag tapos bumulong, "Tara na."

Nagtaka ako dahil hindi umalis ang tatlo. Habang hawak ni Tupe ang braso ni Yza, sinimulan siyang pahirapan ng dalawang Amasona. Sinikmuraan siya ni Susie—teka, si Camille yata 'yon. Hindi ko sigurado kung sino sa kanilang dalawa. Masyadong mabilis ang mga pangyayari. Isa sa dalawa ang sumuntok kay Yza at ang isa'y sumampal sa kanya nang ilang beses. Nakita kong pumutok ang labi niya sa lakas ng pagkahampas at kumalat ang dugo sa bibig at baba niya. Nanigas ako sa kinatatayuan ko. Si Nerisa, tulad ko, nanatili sa lugar niya. Napahawak siya sa kamay ko na nanuyo at nabalot ng lamig. At naramdaman ko ang kamay niyang nanginginig.

Napatingin ako kay Teresa nang bumulyaw siya. "Ano bang ginagawa n'yo?" Lumingon siya sa paligid bago sumigaw, "Ano ba! Tara na!"

Nang binitawan na nila si Yza nakita ko na bumigay ang tuhod niya. Nakarinig ako ng kakaibang tunog nang bumagsak siya. Lalapitan ko sana para tingnan kung okay siya, pero hinila ako paalis ni Susie. Dumeretso kami kina Camille, sa dating repair shop ng kuya niya sa likod ng bahay nila.

"Promise, walang gumagamit nito pwera ako. Alam ng mga pamangkin kong off limits dahil dito ako nag-aaral," sabi ni Camille.

Nilabas ni Teresa ang bag ni Yza mula sa loob ng sakong dala niya. Bago niya inabot kay Susie tinanong niya muna kung bakit nila sinaktan si Yza.

"Bakit?" sabi ni Susie. "Dapat lang sa kanya 'yon, ang yabang niya, eh."

"Kinailangan n'yo ba saktan yung tao? Ninakawan na nga natin, ah."

"Alam mo, Teresa, tumigil ka na. Sasapakin na kita. Kanina ka pa." Hinigit ni Susie ang bag kay Teresa at agad binuksan. "O, ayan," sabi ni Susie nang nilabas ang mamahaling Macbook. "Eto pa, o 'di ba," sabi niya nang nilabas ang makintab na iPod Touch at isang bote ng pabango na mukhang wala pang bawas. "Sinearch ko ang brand na 'to," sabi ni Susie habang dinudutdot ang bote ng pabango, "Pinakamura pitong libo!" Itinaas ni Susie ang itim na Blackberry. "Alam niyo ba, me kukuha ng kinse nito." Sunod na nilabas ang supot na laman ang mga alahas.

Hindi ko ma-take ang tuwa sa tono ni Susie. Pinindot ko ang hubad na TV at umupo sa isa sa mga upuang kawayan na katabi ng mga labi at tagpi-tagping piyesa ng radyo at electric fan. Nang may lumabas na newsflash nagpantig ang tainga ko. Ayon sa balita naospital daw ang bunsong anak ni Bernardo Evangelista na kilalang anak ng Subic. Ninakawan at binugbog siya at kasalukuyang nacomatose dahil tumama ang ulo niya sa bato. Nagulantang at natigilan lahat kahit si Tupe.

"Naku, walang may kasalanan diyan," sabi ni Susie. Kung hindi siya OA at tumayo siya nang maayos no'ng binitiwan natin, hindi sana siya bumagsak. At malay ba naman natin na may bato do'n."

Maya-maya lang nagkaroon ng news report. Pumanaw na raw si Yzabelle Evangelista dahil sa tinamong tama sa ulo. Naging kritikal ang kondisyon niya dahil sa loob ng utak siya dinugo at hindi agad nalunasan.

"Susie!" sigaw ni Teresa.

"'Wag kayong mag-alala, naging maingat tayo. At wala tayong kasalanan diyan. Aksidente 'yon. Tandaan n'yo, kung may magagawa yung mga doktor para sa kanya nagawa na sana nila dahil may pera ang mga 'yon."

Gusto kong masuka at baka sakaling matanggal ang bigat na sumaklob sa loob ko.

Ininterbyu ng reporter ang yaya ni Yza dahil sinisisi siya ng mga Evangelista. Dapat hatid-sundo ang anak nila. Katuwiran ng yaya ayaw magpasundo ng alaga niya pag aalis ang mommy niya. Lumuluwas si Mrs. Evangelista para dalawin ang anak sa unang linggo ng buwan at bumabalik din sa Manila pagdating ng Huwebes. Ayaw daw ni Yza na naaabutang paalis ang mommy niya. Nang una raw na nangyari 'yon, nag-iiiyak ang alaga niya.

"Bakit hindi niyo tanungin ang daddy niya? Kung hindi niya pinilit makipag-areglo ang alaga ko sa mga Wong at kung hindi niya pinatapon dito, buhay pa sana si Yza."

Tinukoy ng reporter ang diumano'y naganap na pananakit at tangkang panghahalay sa isang babae ng kanyang ka-date nuong Hunyo sa isang car park sa Makati. Itinago ang pangalan ng mga sangkot sa pangyayari dahil ayon sa source ng reporter, kabilang ang dalawa sa kilala at mayayamang pamilya. Bukod sa emotional trauma, nagtamo din ang biktima ng mga pasa sa braso, balikat, at mukha. Sa kabila ng malakas na ebidensya at suporta mula sa mga saksi at mga pulis, hindi na tinuloy ng biktima ang pagsampa ng kaso. Ang insidente ay kahina-hinalang nataon sa biglang pagkakasundo ng kompanya ng mga Evangelista at mga Wong. Hindi malinaw kung ano ang tumapos sa maingay na pagtatalo ng magkabilang panig tungkol sa kontrata sa negosyo.

Nagkatinginan ang magnobyo at lumambot bigla ang mukha ni Susie. Nawala saglit si Camille at pagbalik may dala nang isang pitsel ng malamig na tubig at isang plato ng matamis na biskuwit. Kumain ako ng isa pero hindi ko nalasahan; nadurog lang ito sa bibig ko na para bang kumain ako ng alikabok.

Parang narinig ko ulit ang tunog no'ng bumagsak si Yza. Dapat nagpilit akong tingnan ang lagay niya. Gusto ko sanang umatras ang oras, pero pa'no pa? Naalala ko ang kumalat na dugo galing sa labi niya, pulang-pula, kaya napatayo ako bigla.

Hindi ko alam kung ano ang nagtulak sa akin at sinilip ko ang bag niya. Bukod sa mga notebook at ballpen, maliit na kahon ng candy, coin purse, at asul na panyo, nakita ko ang sketch pad na bitbit niya parati. Kinuha ko ang sketch pad at bumalik sa upuan. Nang nilipat ko ang mga pahina, nakita kong may mga sulat at drowing, mayro'n ding nakadikit na pakete ng kendi at tsokolate. Parang scrapbook. Napahinto ako sa nakita ko pagdating sa gitna. Nakasulat sa malaking titik ang pangalan ko. Naiyak ako nang mabasa ko ang nakasulat. Napansin ako ng kambal kaya nilapitan nila ako. Hinawakan ako sa braso ni Teresa, pero tinabig ko ang kamay niya at dinuldol ang pad kay Nerisa.

Pumikit ako at huminga ng malalim. Narinig ko ang isa sa kanila na humihikbi. Si Teresa ang huling natapos magbasa dahil ilang sandali lang may nagsimula nang ngumuyngoy. Pagmulat ko naagaw na ni Tupe ang sketch pad.

"Ano ba 'yan?" tanong ni Camille.

Hindi sumagot si Tupe kaya sumulpot si Camille sa tabi niya.

"Hanapin mo ang pangalan mo," pabulong na sinabi ni Tupe.

Maya-maya pa napahagulgol si Camille.

Lumapit si Susie at hinablot ang sketch pad sa kamay ni Camille. "Ano ba kasi 'yan? Tsk."

Nagulat ako kasi binasa niya ng malakas ang mga nakasulat.

" 'I think si Susie na ang pinakamagaspang na babaeng nakilala ko—aba'y gaga pala 'to e! Dapat pinadugo ko pa nang kaunti mukha nito!" sabi ni Susie bago suminghal. " 'She's easily annoyed and can talk anyone's ear off. Ay, oo, naiiyak na 'ko. Ano ba kayo? Ngayon lang kayo nakaranas ng insulto?"

"Basahin mo lahat ng nakasulat, Susie," sabi ko sa kanya.

" 'Pareho sila ni Ate, go-getter at buo ang loob. Kung mahawaan niya ako, even a little, baka matuwa na rin sa akin ang dad ko. She's very direct and outspoken. I like that about her. Kaya lang hindi niya yata napapansin na minsan nasasaktan na ang kausap niya. Sana—' "

Napatingin ako kay Susie nang huminto siya. Nakita ko ang noo niyang kumunot, pero parang hindi dahil sa inis o galit tulad ng dati. Hindi ko sigurado pero mukhang sa lungkot o pagsisisi.

Unti-unting dumilim ang paligid puwera sa ilaw galing sa TV. Doon namin napagkasunduan na lumantad na para maitama ang mali namin.

Sumandal ang pulis sa upuan niya at hindi nagsalita. Pinagmasdan niya lang ang muka ko at umiling.

* * *

"O, pasok na. Kasya pa kayo diyan," sabi ng pulis matapos tanggalin ang posas sa pulso ko.

Nauna pumasok si Susie at Camille sa loob ng maluwag-luwag pa na selda. Sinundan ko si Nerisa na nakabuntot sa kakambal niya at gumaya nang umupo sila sa malamig at marumi na sahig.

"Sa ibang balita," alingawngaw ng TV, "sumuko na sa mga awtoridad ang mga salarin sa pagnanakaw at pagpatay sa anak ng businessman na si Bernardo Evangelista. Sabay-sabay na sumuko kaninang umaga ang utak ng krimen na si Susie Domingo at ang mga kasama niyang sina Camille Jacinto, Christopher Topacio, Nerisa dela Paz, Teresa dela Paz, at Diane Enriquez. Ayon sa sinumpaan nilang salaysay, aksidente raw ang pagkamatay ni Yzabelle Evangelista. Humingi na rin sila ng tawad sa pamilya ng biktima ngunit wala pang pahayag mula sa mga Evangelista. Aba, mga kaklase pala sila ng biktima. Tsk! Tsk! Nakasuhan na sila ng robbery with homicide. Ahem! Ekskyus mi po!"

Sabay-sabay kaming nagbuntong-hininga. Lumingon ako sa likod nang may tumapik sa balikat ko.

"Nene, kayo ba 'yang nasa balita?"

Umiwas ako sa mga matang nakatingin sa akin. Yumuko ako at tinitigan ang mga palad kong nakabukas. "Opo," sabi ko. Buti at hindi na ko tinanong uli.

Naalala ko 'yong unang beses na nakita ko si Yza, nung unang araw niya sa klase. Sinubukan niyang bumangon mula sa masama niyang karanasan.

Puwede rin namin subukan. Sana lang mabigyan kami ng pagkakataon.

About the Author

A. K. Tolentino's work has appeared in Anak Sastra Literary Journal and Eksentrika. She reads and writes in a variety of genres, but has a penchant for Historical Fiction. She lives in the Philippines with her family and a temperamental cat named Tiger Lily.

www.ingramcontent.com/pod-product-compliance
Lightning Source LLC
LaVergne TN
LVHW041600070526
838199LV00046B/2064